Impressum
Verlag: BABADADA GmbH, Nedderfeld 112 , 22529 Hamburg
Geschäftsführer / Verlagsleitung: Harald Hof
Druck: Books on Demand GmbH, In de Tarpen 42, 22848 Norderstedt

Imprint
Publisher: BABADADA GmbH, Nedderfeld 112 , 22529 Hamburg, Germany
Managing Director / Publishing direction: Harald Hof
Print: Books on Demand GmbH, In de Tarpen 42, 22848 Norderstedt

school

ትምህርት ቤት

classroom
መማሪያ ክፍል
divide
ማካፈል
186/2
board
ሰሌዳ
teacher
መምህር
paper
ወረቀት
write
መፃፍ
pen
እስክሪብቶ
desk
መፃፊያ ጠረጴዛ
ruler
book
መጽሐፍ
pupil
ተማሪ

satchel

የጀርባ ቦርሳ

pencil case

የእርሳስ መያዣ

pencil

እርሳስ

pencil sharpener

የእርሳስ መቅረጫ

rubber

ላጲስ

drawing pad

የስዕል ደብተር

drawing

ስዕል

paintbrush

የቀለም ብሩሽ

paint box

የቀለም ሳጥን

scissors

መቀስ

glue

ማጣበቂያ

exercise book

መልመጃ ደብተር

homework

የቤት ስራ

number

ቁጥር

add

መደመር

subtract

መቀነስ

multiply

ማባዛት

calculate

ቁጥሮችን ማስላት

letter

ደብዳቤ

alphabet

ፊደላት

word

ቃል

text

ፅሑፍ

read

ማንበብ

chalk

ጠመኔ

lesson

ትምህርት

register

ምዝገባ

exam

ፈተና

certificate

ሰርተፊኬት

school uniform

የትምህርት ቤት የደንብ ልብስ

education

ትምህርት

encyclopedia

አዉደ ጥበብ

university

ዩኒቨርስቲ

microscope

የምርምር አጉሊ መሳርያ

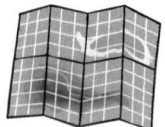

map

ካርታ

waste-paper basket

የቆሻሻ ወረቀት መጣያ ቅርጫት

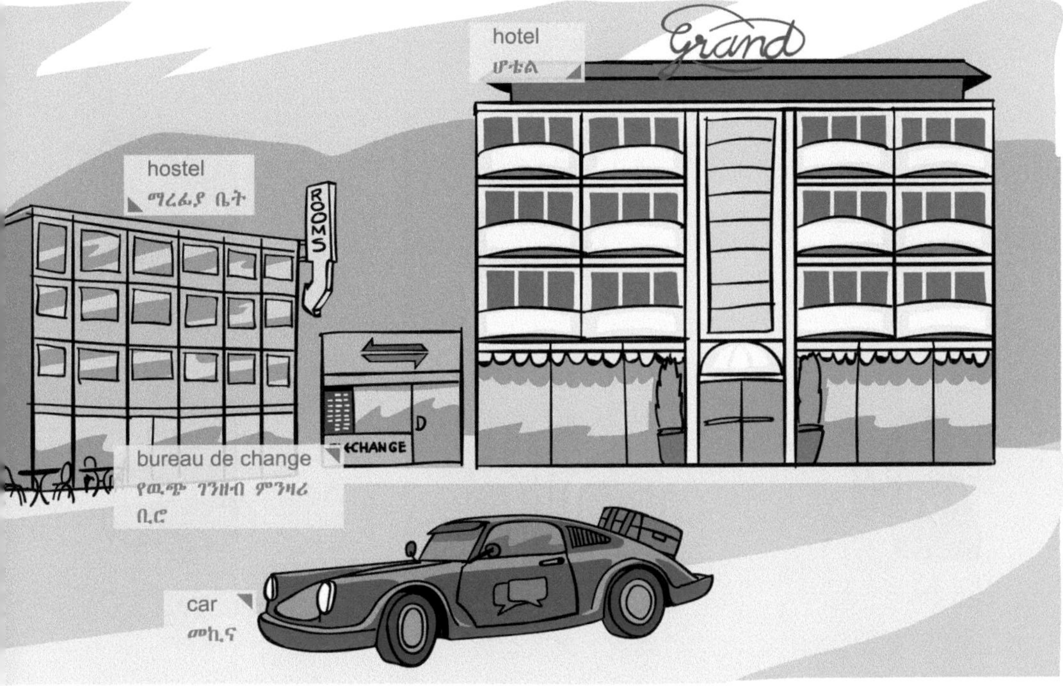
Grand
hotel
ሆቴል
hostel
ማረፊያ ቤት
ROOMS
bureau de change
የዉጭ ገንዘብ ምንዛሪ
ቢሮ
car
መኪና

language

ቋንቋ

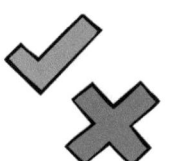

yes / no

አዎ/ አይደለም

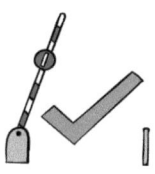

Okay

እሺ

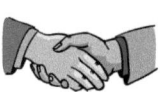

hello

ሰላም

translator

አስተርጓሚ

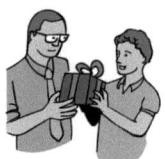

Thank you

አመሰግናለሁ

how much is...?

ስንት ነዉ.......?

I do not understand

አልገባኝም

problem

እክል

Good evening!

እንደምን አመሹ!

Good morning!

እንደምን አደሩ!

Good night!

መልካም ምሽት!

bye bye

ደህና ይሰንብቱ

direction

አቅጣጫ

luggage

ሻንጣ

bag

ቦርሳ

backpack

የጀርባ ቦርሳ

guest

እንግዳ

room

ክፍል

sleeping bag

የመተኛ ቦርሳ

tent

ድንኳን

tourist information

የጎብኚዎች መረጃ

beach

የባህር ዳርቻ

credit card

ክሬዲት ካርድ

breakfast

ቁርስ

lunch

ምሳ

dinner

እራት

ticket

ቲኬት

lift

አሳንሰር

stamp

ማህተም

border

ድንበር

customs

ባህሎች

embassy

ኤምባሲ

visa

ቪዛ/የይለፍ ወረቀት

passport

ፓስፖርት

transport

መጓጓዣ

aeroplane
አዉሮፕላን
ship
መርከብ
fire engine
የእሳት አደጋ መኪና
bus
አዉቶብስ
truck
የጭነት መኪና
motorboat
የሞተር ጀልባ
bike
ብስክሌት
car
መኪና

ferry

የማመላለሻ ጀልባ

boat

ጀልባ

motorbike

የሞተር ብስክሌት

police car

የፖሊስ መኪና

racing car

የዉድድር መኪና

rental car

የኪራይ መኪና

car sharing

የመኪና መጋራት

breakdown truck

ጎታች መኪና

refuse truck

የቆሻሻ ጭነት መኪና

motor

ሞተር

fuel

ነዳጅ

petrol station

የቤንዚን ማደያ

traffic sign

የመንገድ ምልክት

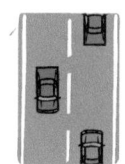

traffic

የመኪኖች እንቅስቃሴ

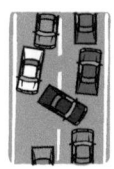

traffic jam

የመኪና መጨናነቅ

car park

የመኪና ማቆሚያ

train station

የባቡር ጣቢያ

tracks

የባቡር ሀዲዶች

train

ባቡር

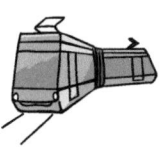

tram

የኤሌክትሪክ ባቡር

carriage

ሰረገላ

helicopter

ሄሊኮፕተር

airport

አየር ማረፊያ

tower

ማማ

passenger

መንገደኛ

container

ማስቀመጫ፤ ማጠራቀሚያ

carton

ካርቶን እቃ ማሸጊያ

cart

ጋሪ፤ ተሳቢ

basket

ቅርጫት

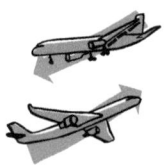

take off / land

መነሳት/ ማረፍ

city

ከተማ

village

መንደር

city centre

የከተማ ማዕከል

house

ቤት

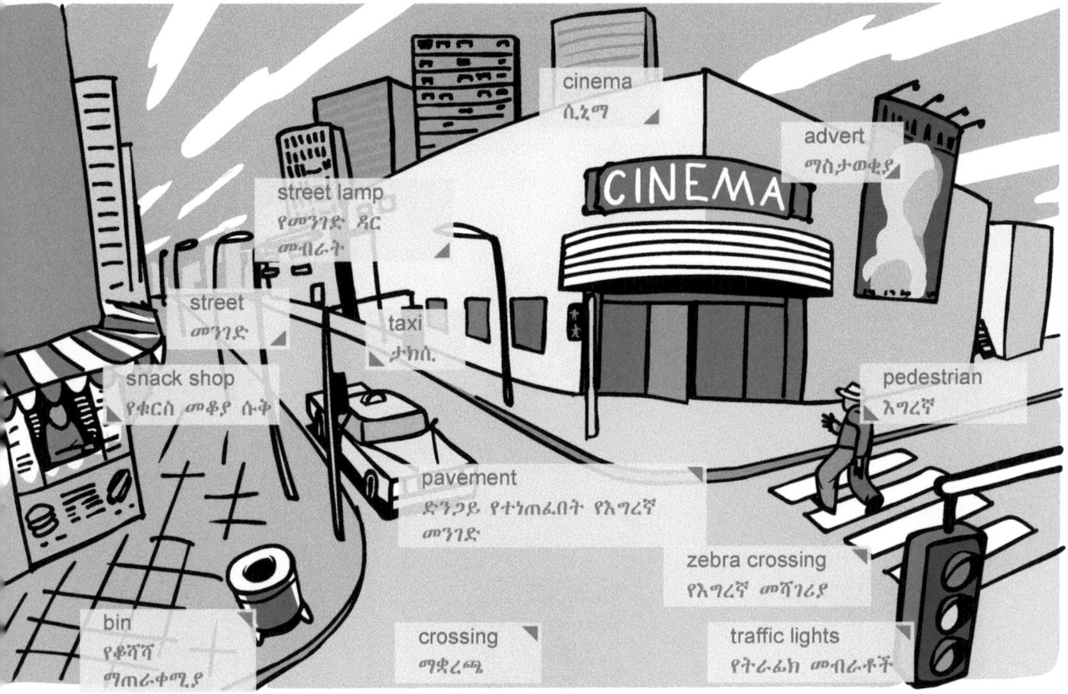

cinema
ሲኒማ

advert
ማስታወቂያ

CINEMA

street lamp
የመንገድ ዳር
መብራት

street
መንገድ

taxi
ታክሲ

snack shop
የቁርስ መቆያ ሱቅ

pedestrian
እግረኛ

pavement
ድንጋይ የተነጠፈበት የእግረኛ
መንገድ

zebra crossing
የእግረኛ መሻገሪያ

bin
የቆሻሻ
ማጠራቀሚያ

crossing
ማቋረጫ

traffic lights
የትራፊክ መብራቶች

hut

ጎጆ

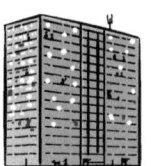

flat

አፓርታማ

train station

የባቡር ጣቢያ

town hall

የከተማ አዳራሽ

museum

ቤተ መዘክር

school

ትምህርት ቤት

university

ዩኒቨርስቲ

bank

ባንክ

hospital

ሆስፒታል

hotel

ሆቴል

pharmacy

መድሐኒት ቤት

office

ቢሮ

book shop

መፅሐፍ መሸጫ

shop

ሱቅ

florist's

የአበባ መሸጫ

supermarket

የሸቀጣ ሸቀጥ መደብር

market

ገበያ ስፍራ

department store

መደብር

fishmonger's

የዓሳ ነጋዴ

shopping centre

የገበያ ማዕከል

harbour

ወደብ

park

መናፈሻ ቦታ

bench

አግዳሚ ወንበር

bridge

ድልድይ

stairs

ደረጃዎች

underground

ዉስጥ ለዉስጥ

tunnel

ዋሻ

bus stop

የአዉቶቡስ ፌርማታ

bar

ባር

restaurant

ምግብ ቤት

postbox

የፖስታ ሳጥን

street sign

የመንገድ ምልክት

parking meter

የመኪና ማቆሚያ ሒሳብ የሚያሰላ ማሽን

zoo

የደር እንስሳት ማቆያ

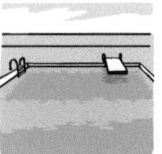

swimming pool

የመዋኛ ገንዳ

mosque

መስጊድ

farm

እርሻ

pollution

የሚበክል ነገር

graveyard

መቃብር ስፍራ

church

ቤተ ክርስቲያን

playground

መጫወቻ ሜዳ

temple

ቤተ መቅደስ

landscape

መልከዓምድር

signpost
የመንገድ ላይ ምልክት

way
መንገድ

meadow
አረንጓዴ መስክ

stone
ድንጋይ

tree
ዛፍ

hiker
በእግሩ የሚጓዝ

river
ወንዝ

grass
ሳር

flower
አበባ

valley

ሸለቆ

hill

ኮረብታ

lake

ሀይቅ

forest

ጫካ

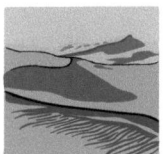

desert

በረሃ

volcano

እሳተ ገሞራ

castle

ግምብ

rainbow

ቀስተ ዳመና

mushroom

እንጉዳይ

palm tree

የቴምብር ዛፍ/ ዘንባባ

mosquito

ቢንቢ./ የወባ ትንኝ

fly

በራሪ

ant

ጉንዳን

bee

ንብ

spider

ሸረሪት

beetle

ጢንዚዛ

frog

እንቁራሪት

squirrel

ሽኮኮ

hedgehog

ጃርት

hare

ጥንቸል

owl

ጉጉት ወፍ

bird

ወፍ

swan

የዉሃ ዳክዬ

boar

ከርከሮ

deer

አጋዘን

moose

አጋዘን

dam

ግድብ

wind turbine

በነፋስ የሚሽከረከር

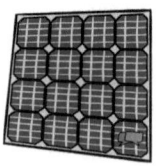

solar panel

የፀሀይ ፓኔሎ

climate

አየር ንብረት

restaurant

ምግብ ቤት

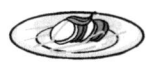

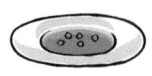

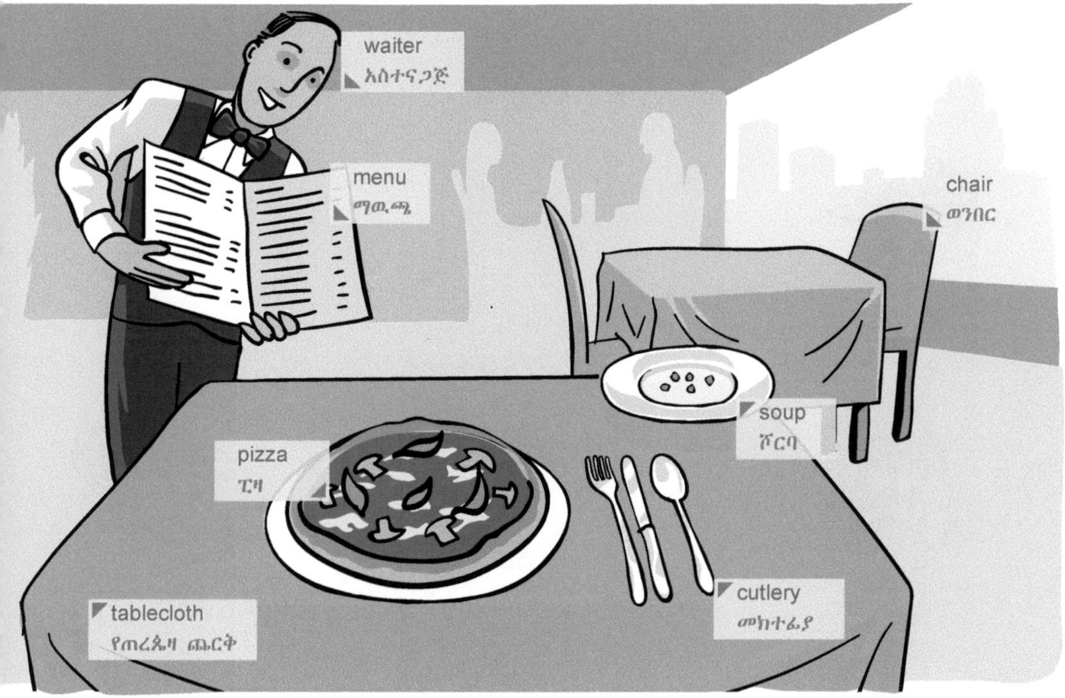

waiter
አስተናጋጅ
menu
ማውጫ
chair
ወንበር
soup
ሾርባ
pizza
ፒዛ
tablecloth
የጠረጴዛ ጨርቅ
cutlery
መክተፊያ

starter

የምግብ ፍላጎትን የሚከፍት ምግብ

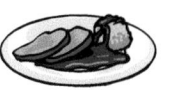

main course

ዋና ምግብ

dessert

ማጣጣሚያ ተከታይ ምግብ

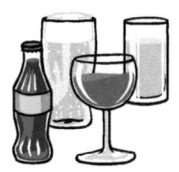

drinks

መጠጦች

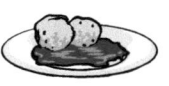

food

ምግብ

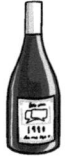

bottle

ጠርሙስ

fast food

ፈጣን ምግብ

street food

የመንገድ ምግብ

teapot

የሻይ ማንቆርቆሪያ

sugar bowl

የስኳር እቃ

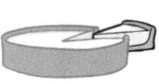

portion

ድርሻ

espresso machine

የቡና ማፊያ ማሽን

high chair

ባለጌ ወንበር

bill

የክፍያ ደረሰኝ

tray

ትሪ

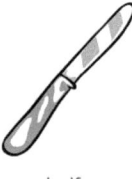

knife

ቢላዋ

fork

ሹካ

spoon

ማንኪያ

teaspoon

የሻይ ማንኪያ

serviette

ልብስ ምግብ እንዳይነካ የሚረዳ
ጨርቅ

glass

ብርጭቆ

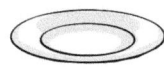

plate

ዝርግ ሰሀን

soup plate

የሾርባ ጎድጓዳ ሰሀን

saucer

የስኒ ማስቀመጫ

sauce

ማጣፈጫ ስጎ

salt pot

የጨዉ እቃ

pepper mill

የተፈጨ ቃሪያ

vinegar

ኮምጣጤ

oil

የምግብ ዘይት

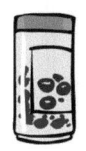

spices

ቀመማ ቅመሞች

ketchup

የቲማቲም ድልህ

mustard

ሰናፍጭ

mayonnaise

ማዮኒዝ

supermarket
የሸቀጣ ሸቀጥ መደብር

special offer
ልዩ አቅራቦት
FOR
customer
ደምበኛ
dairy
የወተት ተዋፅዖ
fruit
ፍራፍሬ
trolley
ባለ ጎማ የእጅ ጋሪ

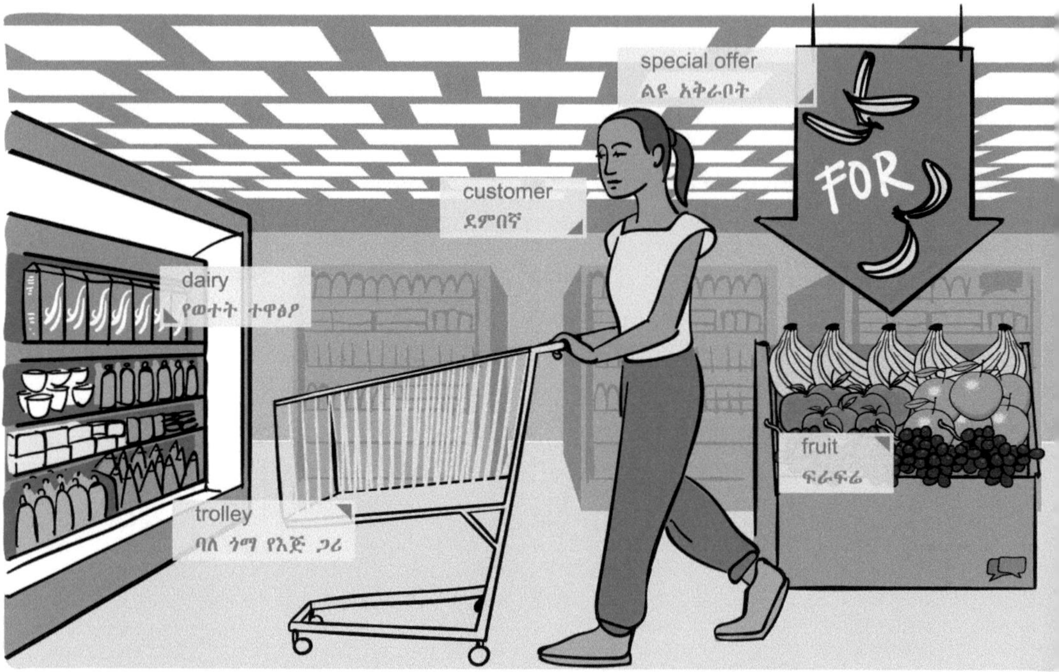

butcher´s

ሉካንዳ ነጋዴ

baker´s

መጋገርያ

weigh

ክብደት መመዘን

vegetables

ቅጠላ ቅጠል አትክልት

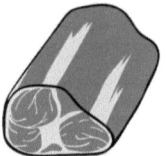

meat

ስጋ

frozen food

የቀዘቀዘ/የረጋ ምግብ

cold meat

ቀዝቃዛ ቁራጭ

tinned food

የታሸገ ምግብ

washing powder

የማጠቢያ ዱቄት

sweets

ጣፋጮች

household products

የቤት ዉስጥ ዉጤቶች

cleaning products

የፅዳት ምርቶች

salesperson

የሽያጭ ባለሙያ

till

የገንዘብ መመዝቢያ ማሽን

cashier

የሒሳብ ሰራተኛ

shopping list

የግዢ ዝርዝር

opening hours

ክፍት ሰዓታት

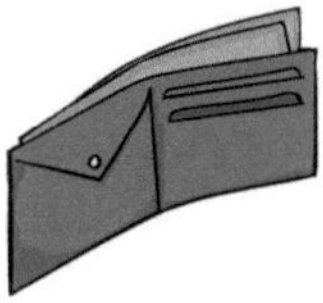

wallet

የኪስ ቦርሳ

credit card

ክሬዲት ካርድ

bag

ቦርሳ

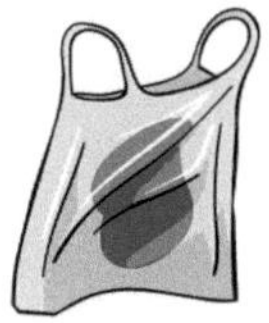

plastic bag

የፕላስቲክ ቦርሳ

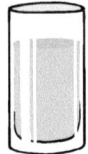

drinks

መጠጦች

water

ውሃ

juice

ጭማቂ

milk

ወተት

coke

ኮካ-ኮላ

wine

ወይን

beer

ቢራ

alcohol

አልኮል

cocoa

ኮካ

tea

ሻይ

coffee

ቡና

espresso

የተፈላ ቡና

cappuccino

ካፑቺኖ

banana

ሙዝ

apple

ፖም

orange

ብርቱካን

melon

ሀብሀብ

lemon

ሎሚ

carrot

ካሮት

garlic

ነጭ ሽንኩርት

bamboo

ሸምበቆ

onion

ቀይ ሽንኩርት

mushroom

እንጉዳይ

nuts

ለዉዝ

noodles

የህፃናት ምግብ

spaghetti

ፓስታ

rice

ሩዝ

salad

ሰላጣ

chips

የድንች ጥብስ

fried potatoes

ድንች ጥብስ

pizza

ፒዛ

hamburger

ዳቦ ዉስጥ በስሱ ተጠብሶ የገባ ስጋ

sandwich

ሳንድዊች

cutlet

ጥሬ ስጋ

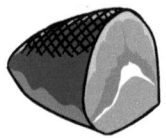

ham

የአሳማ ስጋ

salami

በቅመምና በጨዉ የታሸ ምግብ ቀዝቅዞ የሚበላ ሾርባ ምግብ

sausage

ቋሊማ

chicken

ዶሮ

roast

ጥብስ

fish

አሳ

porridge oats

የአጃ ገንፎ

muesli

ከወተት ጋር ተደባልቀዉ የሚበሉ ምግቦች

cornflakes

የበቆሎ ቅርፊት

flour

ዱቄት

croissant

ኩራሳ

bread roll

ድብልብል ዳቦ

bread

ዳቦ

toast

መጥበስ

biscuits

ብስኩት

butter

ቅቤ

curd

እርጎ

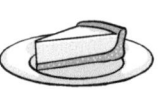

cake

ኬክ

egg

እንቁላል

fried egg

እንቁላል ጥብስ

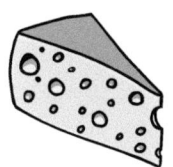

cheese

አይብ

ice cream

የበረዶ ክሬም

sugar

ስኳር

honey

ማር

jam

ማርማላት

chocolate spread

የተናጠ የወተት ክሬም

curry

ማጣፈጫ

goat

ፍየል

cow

ላም

calf

ጥጃ

pig

አሳማ

piglet

ግልገል አሳማ

bull

ኮርማ

goose

ዝይ

duck

ዳክዬ

chick

የዶሮ ጫጩት

hen

ዶር

cock

አውራ ዶሮ

rat

አይጥ

cat

ደድመት

mouse

አይጥ

ox

በሬ

dog

ዉሻ

doghouse

የዉሻ ቤት

garden hose

የአትክልት ቦታ

watering can

ዉሃ ማጠጫ ባልዲ

scythe

ረጅም ማጭድ

plough

ማረሻ

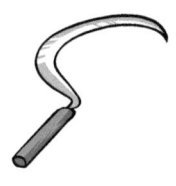

sickle

ማጭድ

hoe

መኮትኮቻ

pitchfork

የእህል መንሽ

axe

መጥረቢያ

wheelbarrow

ኩርኩር/ የእጅ ጋሪ

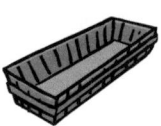

trough

ገንዳ

milk can

የወተት ዕቃ

sack

ጆንያ ከረጢት

fence

አጥር

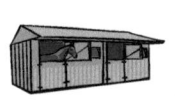

stable

የፈረስ ጋጣ

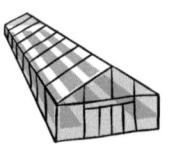

greenhouse

ዕፅዋት ማሳደጊያ የመስታዉት ቤት

soil

አፈር

seed

ዘር

fertilizer

የመሬት ማዳበሪያ

combine harvester

ጥምር ማረሻ

harvest

አዝመራ መሰብሰብ

harvest

አዝመራ

yams

ድንች

wheat

ስንዴ

soy

ሶያ

potato

ድንች

corn

በቆሎ

rapeseed

የከብት መኖ

fruit tree

የፍሬ ዛፍ

cassava

የካሳቫ ዛፍ

cereals

እህል

house

ቤት

living room

ሳሎን

bathroom

መታጠቢያ ቤት

kitchen

ማድቤት

bedroom

መኝታ ቤት

child's room

የልጅ ክፍል

dining room

መመገቢያ ክፍል

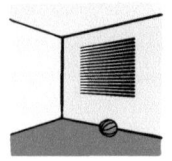

floor

ወለል

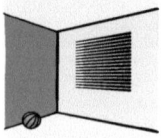

wall

ግድግዳ

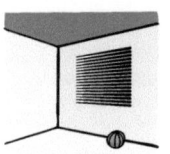

ceiling

ጣሪያ

cellar

ምድር ቤት

sauna

በእንፋሎት ሙቀት መታጠቢያ ቤት

balcony

ሰገነት

terrace

ከፍ ያለ መደብ

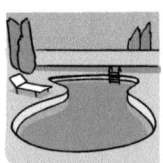

pool

የመዋኛ ገንዳ

lawn mower

የማጨጃ መኪና

sheet

አንሶላ

bedspread

የአልጋ ልብስ

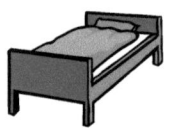

bed

አልጋ

broom

መጥረጊያ

bucket

ባልዲ

switch

ማብሪያና ማጥፊያ

living room

ሳሎን

carpet

ንጣፍ

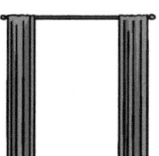

curtain

መጋረጃ

table

ጠረጴዛ

chair

ወንበር

rocking chair

ተወዛዋዥ ወንበር

armchair

ባለመደገፊያ ወንበር

book

....

መጽሐፍ

blanket

....

ብርድ ልብስ

decoration

....

ጌጥ

firewood

....

ማገዶ

film

....

ፊልም

hi-fi equipment

....

የሙዚቃ መማጫወቻ

key

....

ቁልፍ

newspaper

....

ጋዜጣ

painting

....

ስዕል

poster

....

የተለጠፈ ማስታወቂያ እንደ ስዕል

radio

....

ራዲዮ

notepad

....

ማስታወሻ ደብተር

hoover

....

የአየር ማፅጃ ለምንጣፍ

cactus

....

ቁልቋል

candle

....

ሻማ

kitchen

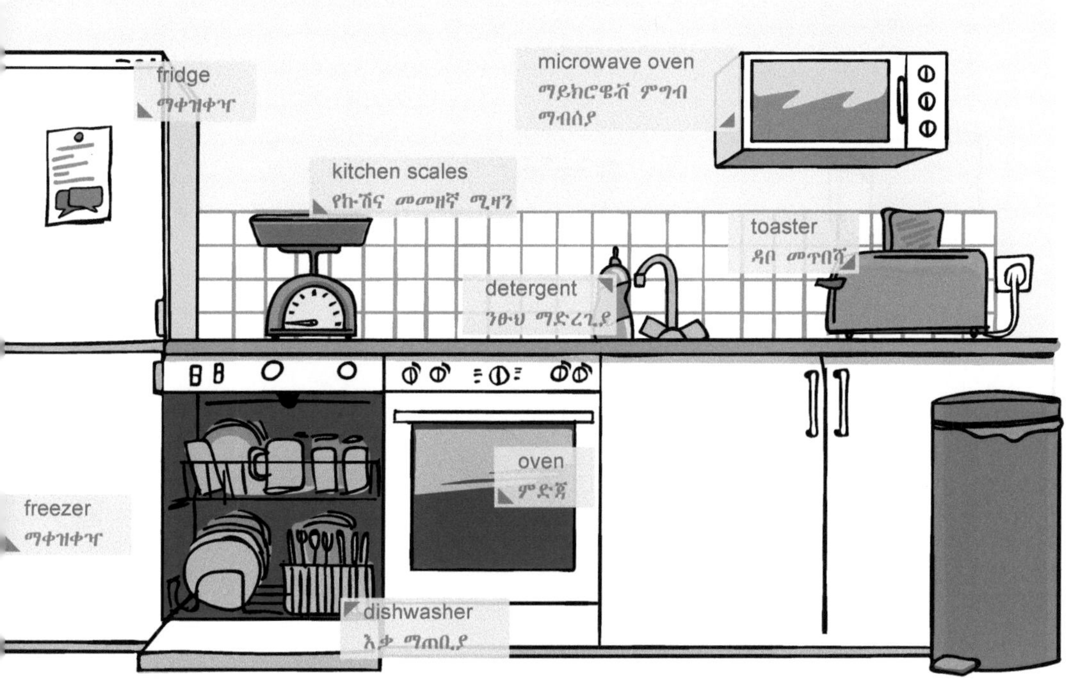

fridge
ማቀዝቀዣ
microwave oven
ማይክሮዌቭ ምግብ ማብሰያ
kitchen scales
የኩሽና መመዘኛ ሚዛን
toaster
ዳቦ መጥበሻ
detergent
ንፁህ ማድረጊያ
oven
ምድጃ
freezer
ማቀዝቀዣ
dishwasher
እቃ ማጠቢያ

cooker

ምግብ አብሳይ

pot

ማሰሮ

cast-iron pot

የብረት ማሰሮ

wok / kadai

ምግብ ማብሰያ ዝርግ ድስት

pan

የምግብ መጥበሻ

kettle

ማንቆርቆሪያ

kitchen - ማድቤት 35

steamer

የእንፋሎት ማብሰያ

baking tray

የመጋገሪያ ትሪ

crockery

ሰብስቦች

mug

ትልቅ ኩባያ

bowl

ጎድጓዳ ሳህን

chopsticks

ቾፕስቲክስ

ladle

ጭልፋ

spatula

መሰቅሰቂያ ዝርግ ማንኪያ

whisk

ማደባለቂያ

strainer

መወጠሪያ

sieve

ወንፊት

grater

መፈርፈሪያ መሳሪያ

mortar

ሲሚንቶ

barbecue

የፍም ጥብስ

open fire

የተለቀቀ እሳት

chopping board

መክተፊያ

rolling pin

ተንሸራታች መርፌ

corkscrew

የጠርሙስ መክፈቻ

can

ጣሳ

can opener

የጣሳ መክፈቻ

pot holder

የማሰሮ መሸፈኛ

sink

ሳህን ማጠቢያ

brush

ብሩሽ

sponge

ስፖንጅ

blender

መደባለቂያ መሳሪያ

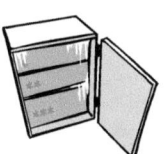

deep freezer

በጣም ማቀዝቀዣ

baby bottle

ጡጦ

tap

ቧንቧ

bathroom

መታጠቢያ ቤት

shower
መታጠቢያ
towel
ፎጣ
shower curtain
የመታጠቢያ ቤት መጋረጃ
bubble bath
የአረፋ መታጠቢያ
bathtub
የመታጠቢያ ገንዳ
glass
ብርጭቆ
washing machine
የልብስ ማጠቢያ
tap
ቧንቧ
tiles
ማዕዘን ወለል
potty
ፖፖ
sink
ሳህን ማጠቢያ

toilet

ሽንት ቤት

squat toilet

የሽንት ቤት መቀመጫ

bidet

ሳፋ

urinal

የመንገድ ዳር መሽኛ

toilet paper

የሽንት ቤት ወረቀት

toilet brush

የሽንት ቤት ማፅጃ ብሩሽ

toothbrush

የጥርስ ብሩሽ

toothpaste

የጥርስ ሳሙና

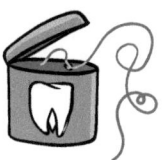

dental floss

የጥርስ ማፅጃ ክር

wash

መታጠብ

handheld shower

የእጅ መታጠቢያ

douche

መታጠቢያ

basin

ጎድጓዳ ሳህን

back brush

የጀርባ ብሩሽ

soap

ሳሙና

shower gel

መታጠቢያ የሚዝለገለግ ሳሙና

shampoo

የፀጉር መታጠቢያ ሳሙና

flannel

ለስላሳ ጨርቅ

drain

ፍሳሽ

cream

ክሬም

deodorant

ጠረን መቀየሪያ ንጥረ ነገር

mirror

መስታወት

hand mirror

የእጅ መስታወት

razor

ምላጭ

shaving foam

የመላጫ አረፋ

aftershave

ከመላጨት በኋላ የሚቀባ ሽቱ

comb

ማበጠሪያ

brush

ብሩሽ

hair dryer

የፀጉር ማድረቂያ

hairspray

በፀጉር ላይ የሚነፋ

makeup

የፊት መቀባቢያ

lipstick

የከንፈር ቀለም

nail varnish

የጥፍር ቀለም

cotton wool

የጥጥ ሱፍ

nail scissors

ጥፍር መቁረጫ

perfume

ሽቶ

washbag

....

ማጠቢያ ባልዲ

stool

....

መቀመጫ

weighing scale

....

ሚዛን

bathrobe

....

የመታጠቢያ ልብስ

rubber gloves

....

የላስቲክ ጓንት

tampon

....

ሞዴስ

sanitary towel

....

የፅዳት ፎጣ

chemical toilet

....

የሽንት ቤት ኬሚካል

child's room

የልጅ ክፍል

alarm clock
የማንቂያ ደዉል ሰዐት
cuddly toy
የህፃን አሻንጉሊት
toy car
የመጫወቻ
መኪና
rattle
ማንገጫገጫ
መጫወቻ
doll's house
የአሻንጉሊት ቤት
present
ስጦታ

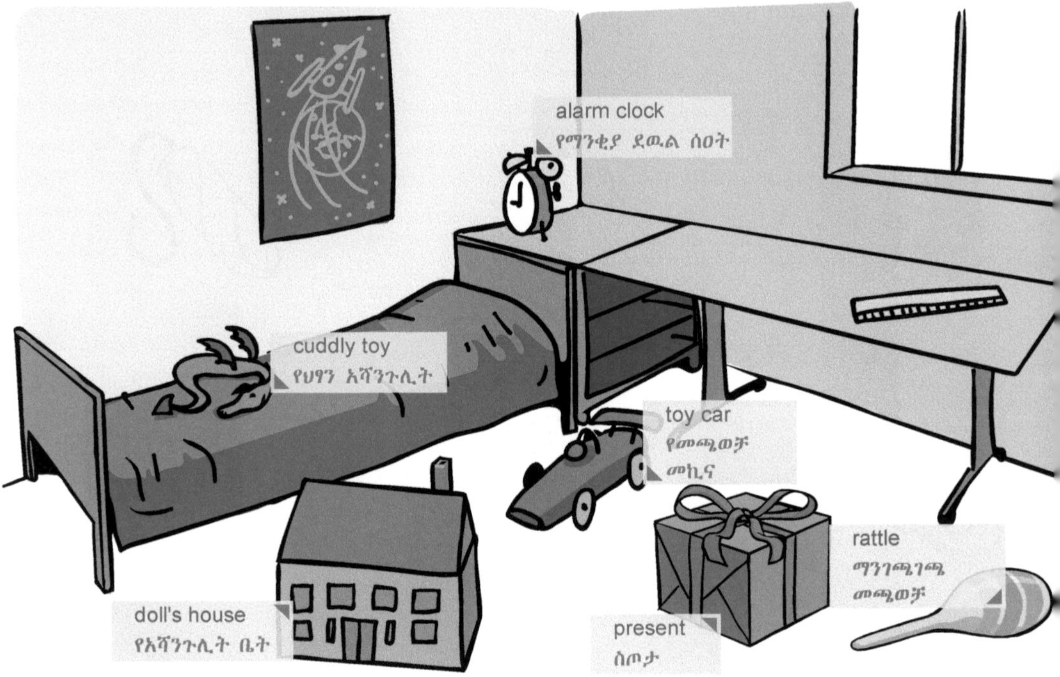

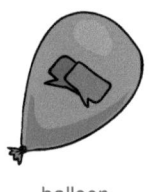

balloon

ፊኛ

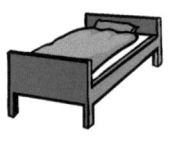

bed

አልጋ

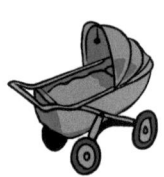

pram

የህፃን ማንሸራሸሪያ ጋሪ

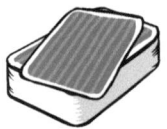

deck of cards

የካርታ መጫወቻ

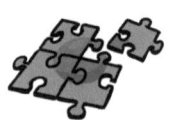

jigsaw

ቁርጥራጭ ምስሎችን የማገጣጠም
እና ምስል የማግኘት ጨዋታ

SUPER
MEGA

comic

አዝናኝ

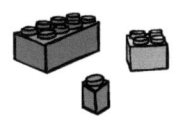

lego bricks

ተገጣጣሚ መጫወቻ

building blocks

የመጫወቻ መገጣጠሚያዎች

action figure

የድርጊት ምስል

babygrow

የህፃን እድገት

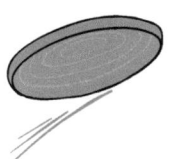

frisbee

የፕላስቲክ መጫወቻ ዝርግ ሰሀን

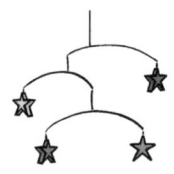

mobile

ተወዛዋዥ የህፃን ማጫወቻ

board game

የሰሌዳ ጨዋታ

dice

የመጫወቻ ጠጠር

model train set

የመጫወቻ ባቡር

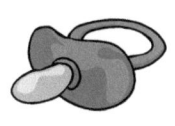

dummy

የእንጀራ እናት ጡጦ

party

ድግስ

picture book

የስዕል መፅሀፍ

ball

ኳስ

doll

አሻንጉሊት

play

መጫወት

sandpit

የአሸዋ መጫወቻ

swing

ዥዋዥዌ

toys

መጫወቻዎች

video game console

የቪዲዮ መጫወቻ

tricycle

ባለ ሶስት ጎማ ብስክሌት

teddy bear

የአሻንጉሊት ድብ

wardrobe

ቁምሳጥን

clothing

አልባሳት

socks

ካልሲዎች

stockings

ስቶኪንጎች

tights

ታይት

scarf
የአንገት ልብስ

umbrella
ግንጥላ

belt
ቀበቶ

t-shirt
ከናቴራ

boots
ቡቲ

slippers
የቤት ዉስጥ ነጠላ
ጫማ

trainers
ስኒከሮች

sandals	shoes	rubber boots
ነጠላ ጫማዎች	ጫማዎች	የጎዝናብ ቡትስ
underpants	bra	vest
ሙታንታ	ጡት መያዣ	ሰደርያ

body

ሰዉነት

trousers

ሱሪዎች

jeans

ጅንስ

skirt

ጉርድ ቀሚስ

blouse

ሸሚዝ

shirt

ሸሚዝ

pullover

የሚጠለቅ ሹራብ

hoodie

ሹራብ

blazer

ዩኒፎርም ጃኬት

jacket

ጃኬት

coat

ኮት

raincoat

የዝናብ ኮት

costume

ልብስ

dress

ቀሚስ

wedding dress

የሙሽራ ቀሚስ

suit

ሱፍ

nightgown

የለሊት ልብስ

pyjamas

የለሊት ልብስ

sari

ረጅም ቀሚስ

headscarf

ሂጃብ

turban

ጥምጣም

burqa

ቡርቃ

kaftan

ሽርጥ

abaya

አባያ

swimsuit

የዋና ልብስ

trunks

አጭር ቁምጣ

shorts

ቁምጣዎች

tracksuit

የስራ ቱታ

apron

ሽርጥ

gloves

ጓንት

button

ቁልፍ

glasses

መነፅር

bracelet

አምባር

necklace

የአንገት ሀብል

ring

ቀለበት

earring

የጆሮ ጌጥ

cap

ኮፍያ

coat hanger

የኮት መስቀያ

hat

ኮፍያ

tie

ከረቫት

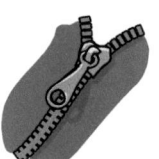

zip

ዚፕ

helmet

የብረት ቆብ

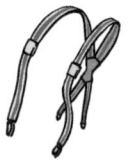

braces

መደገፊያ

school uniform

የትምህርት ቤት የደንብ ልብስ

uniform

የደንብ ልብስ

bib

መሃረብ

dummy

የእንጀራ እናት ጡጦ

nappy

ሽንት ጨርቅ

office

ቢሮ

server
ማሰራጫ ጣቢያ
filing cabinet
የፋይል መደርደሪያ ካቢኔ
printer
የህትመት መሳሪያ
paper
ወረቀት
monitor
መቆጣጠሪያ
mouse
ማዉዝ
desk
መፃፊያ ጠረጴዛ
folder
ማህደር
keyboard
የመፃፊ ቁልፎች
chair
ወንበር
waste-paper basket
የቆሻሻ ወረቀት መጣያ ቅርጫት
computer
ኮምፒዉተር

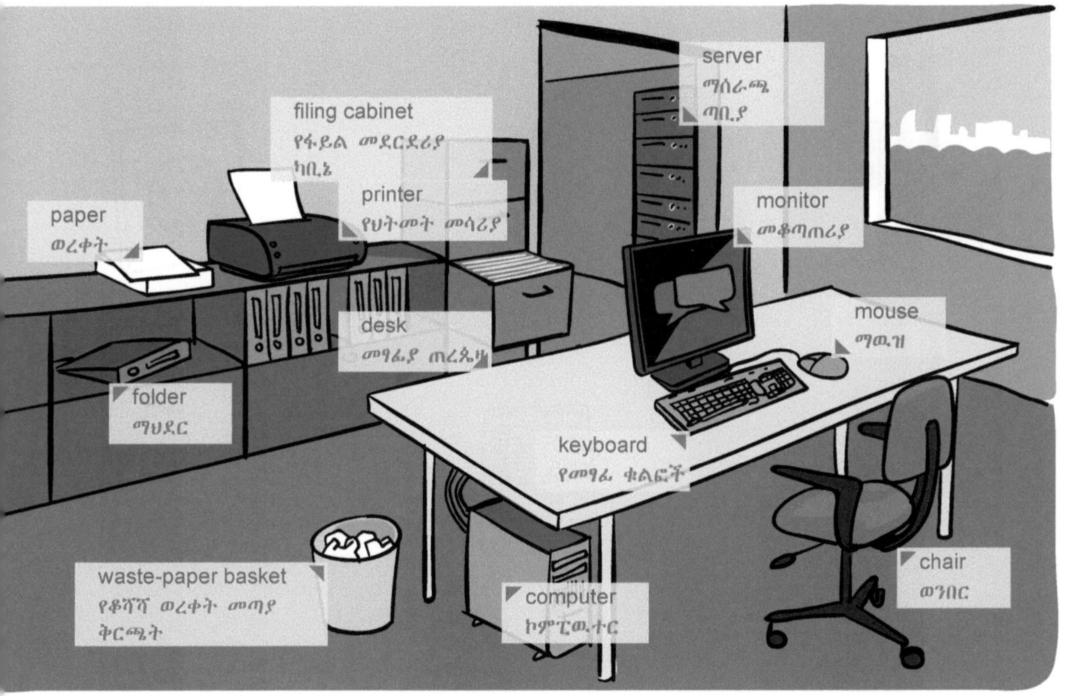

coffee mug

የቡና መጠጫ ትልቅ ኩባያ

calculator

ማስልያ ማሽን

internet

ኢንተርኔት

laptop

ላፕቶፕ

letter

ደብዳቤ

message

መልዕክት

mobile

ተንቀሳቃሽ ስልክ

network

የግንኙነት አዉታር

photocopier

ማባዣ ማሽን

software

ሶፍትዌር

telephone

ስልክ

plug socket

የግድግዳ ሶኬት

fax machine

የፋክስ ማሽን

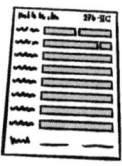

form

ቅፅ

document

ሰነድ

buy
መግዛት

pay
መክፈል

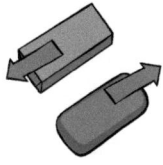

trade
መነገድ

money
ገንዘብ

dollar
ዶላር

euro
ዩሮ

yen
የን

rouble
ሩብል

Swiss franc
የስዊዝ ፍራንክ

renminbi yuan
ሬንሚንቢ ዩዋን

rupee
ሩጲ

cashpoint
የገንዘብ ነጥብ

bureau de change

የዉጭ ገንዘብ ምንዛሪ ቢሮ

gold

ወርቅ

silver

ብር

oil

ዘይት

energy

ሀይል፤ ጉልበት

price

ዋጋ

contract

ግንኙነት

tax

ቀረጥ

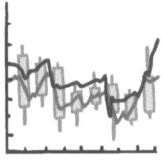

stock

አክስዮን

work

መስራት

employee

ተቀጣሪ

employer

ቀጣሪ

factory

ፋብሪካ

shop

ሱቅ

occupations

የስራ ሙያዎች

police officer
የፖሊስ አዛዥ
fireman
የእሳት አደጋ ሰራተኛ
cook
ምግብ አብሳይ
doctor
ዶክተር
pilot
አብራሪ

gardener

አትክልተኛ

carpenter

አናጢ

seamstress

ልብስ ሰፊ ሴት

judge

ዳኛ

chemist

ቀማሚ

actor

ተዋናይ

bus driver

የአዉቶቢስ ሹፌር

taxi driver

የታክሲ ሹፌር

fisherman

አሳ አጥማጅ

cleaning lady

ፅዳት ሰራተኛ

roofer

የጣራ ሰራተኛ

waiter

አስተናጋጅ

hunter

አዳኝ

painter

ሰዓሊ

baker

ጋጋሪ

electrician

የኤሌትሪክ ሰራተኛ

builder

ገምቢ

engineer

መሃንዲስ

butcher

ልኳንዳ

plumber

የቧንቧ ሰራተኛ

postman

የፖስታ ሰራተኛ

soldier

ወታደር

architect

መሃንዲስ

cashier

የሒሳብ ሰራተኛ

florist

አበባ ሻጭ

hairdresser

የፀጉር ሰራተኛ

conductor

ቲኬት ቆራጭ

mechanic

መካኒክ

captain

ካፒቴን

dentist

የጥርስ ሐኪም

scientist

ተመራማሪ

rabbi

መምህር

imam

የሙስሊም ሃይማኖታዊ መሪ

monk

መነኩሴ

clergyman

ካህን

tools

መሳሪያዎች

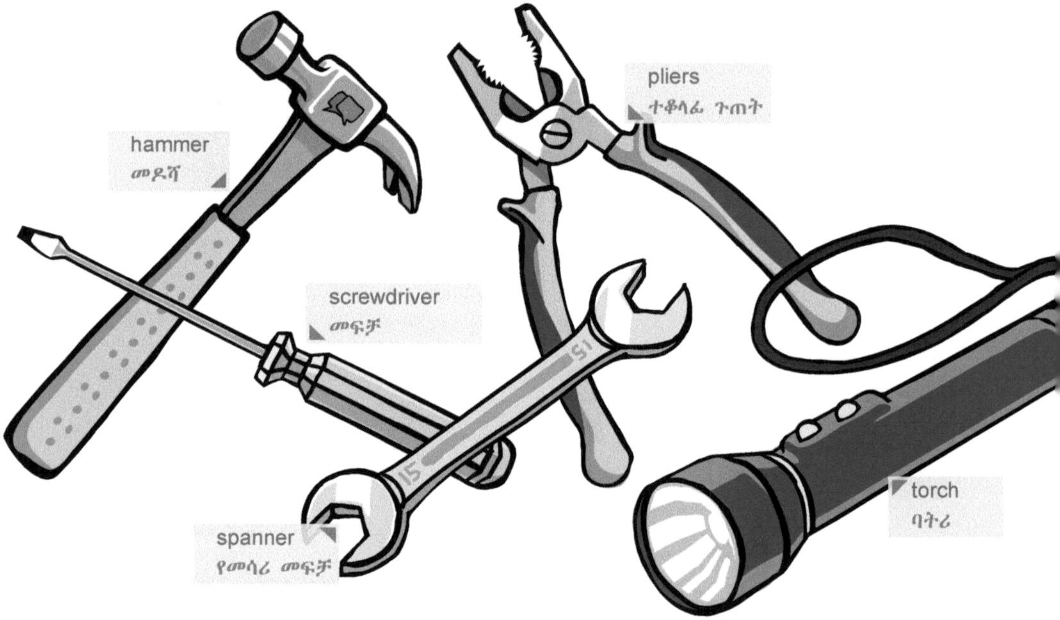

hammer
መዶሻ
pliers
ተቆላፊ ጉጠት
screwdriver
መፍቻ
spanner
የመሳሪ መፍቻ
torch
ባትሪ

digger

በቁፋሮ የሚዝቅ

toolbox

የመፍቻ ሳጥን

ladder

መሰላል

saw

መጋዝ

nails

ምስማር

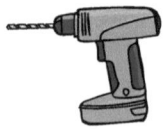

drill

መሰርሰሪያ

repair

መጠገን

shovel

አካፋ

Damn!

የተረገመ!

dustpan

ቆሻሻ ማፈሻ

paint pot

የቀለም ቆርቆሮ

screws

ብሎን

musical instruments

የሙዚቃ መሳሪያዎች

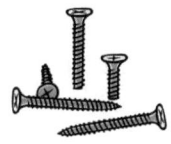

loudspeaker
የድምፅ ማጉያ መሳርያ
drum kit
የከበሮ መሳሪያዎች
guitar
ክራር መሰል የሙዚቃ መሳሪያ
trumpet
የትንፋሽ ሙዚቃ መሳሪያ
double bass
ድርብ ቤዝ ጊታር

piano

ፒያኖ

violin

ቫዮሊን

bass

ወፍራም፤ ጎርናና ድምፅ ያለዉ
ክራር መሰል ሙዚቃ መሳሪያ

timpani

ነጋሪት

drums

ከበሮ

keyboard

በኤሌክትሪክ የሚሰራ ፒኖ

saxophone

የትንፋሽ ሙዚቃ መሳሪያ

flute

ዋሽንት

microphone

የድምፅ ማጉያ

ZOO

የደር እንስሳት ማቆያ

tiger
ነብር
cage
ሳጥን
zebra
የሜዳ አህያ
animal feed
የእንስሳ ምግብ
panda
ትልቅ ድብ
entrance
መግቢያ

animals

እንስሳቶች

elephant

ዝሆን

kangaroo

ካንጋሮ

rhino

አዉራሪስ

gorilla

ትልቅ ዝንጀሮ

bear

ድብ

camel

ግመል

ostrich

ሰጎን

lion

አንበሳ

monkey

ጦጣ

flamingo

ቅልጥመ ረዥም ወፍ

parrot

በቀቀን

polar bear

የወዋልታ ድብ

penguin

የዋልታ ወፎች

shark

ረጅም ጥርሶች ያሉትአሳ ነባሪ

peacock

ጣዎስ

snake

እባብ

crocodile

አዞ

zookeeper

የዱር አራዊት የሚጠበቁበት ማቆያን የሚጠብቅ

seal

አሳ በሊታ የባህር እንስሳ

jaguar

የዱር ድመት

pony

ድንክ ፈረስ

leopard

ነብር

hippo

ጉማሬ

giraffe

ቀጭኔ

eagle

ንስር

boar

ከርከሮ

fish

አሳ

turtle

የባህር ኤሊ

walrus

የባህር አዉሬ

fox

ቀበሮ

gazelle

የሜዳ ፍየል፤ ሚዳቋ

sports

የስፖርት አይነቶች

የአሜሪካ እግርኳስ
cycling
የብስክሌት ስፖርት
tennis
ቴኒስ
basketball
የቅርጫት ኳስ
swimming
ዋና
boxing
የቡጢ ስፖርት
ice hockey
የበረዶ ላይ የገና ጨዋታ

football

እግር ኳስ

badminton

የላባ ኳስ ጨዋታ

athletics

አትሌቲክስ

handball

የእጅ ኳስ ስፖርት

skiing

የበረዶ መንሸራተት ስፖርት

polo

ፈረስ ግልቢያ

jump
መዝለል
hug
ማቀፍ
laugh
መሳቅ
walk
መራመድ
sing
መዘመር
dream
ህልም ማለም
pray
መፀለይ
kiss
መሳም

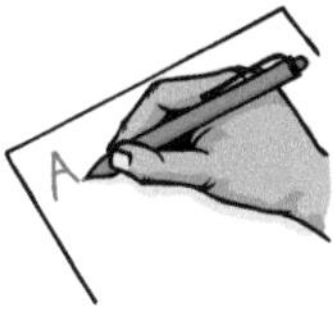

write

መፃፍ

draw

መሳል

show

ማሳየት

push

መግፋት

give

መስጠት

take

መዉሰድ

have

መያዝ

do

ማድረግ

be

መሆን

stand

መቆም

run

መሮጥ

pull

መሳብ

throw

መወርወር

fall

መዉደቅ

lie

መዋሸት

wait

መጠበቅ

carry

መሸከም

sit

መቀመጥ

get dressed

መልበስ

sleep

መተኛት

wake up

መንቃት

look at

መመልከት

cry

ማለልቀስ

stroke

መጫር

comb

ማበጠር

talk

ማዉራት

understand

መረዳት

ask

ጥያቄ

listen

ማዳመጥ

drink

መጠጣት

eat

መብላት

tidy up

ማንፃት

love

ማፍቀር

cook

ምግብ ማብሰል

drive

መንዳት

fly

መብረር

sail

መርከብ መንዳት

calculate

ቁጥሮችን ማስላት

read

ማንበብ

learn

መማር

work

መስራት

marry

ማግባት

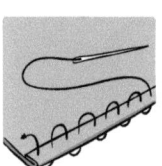

sew

መስፋት

brush teeth

ጥርስ መቦረሽ

kill

መግደል

smoke

ማጨስ

send

መላክ

grandmother
የሴት አያት

grandfather
የወንድ አያት

father
አባት

mother
እናት

baby
ህፃን

daughter
ሴት ልጅ

son
ወንድ ልጅ

guest

እንግዳ

aunt

አክስት

uncle

አጎት

brother

ወንድም

sister

እህት

body

አካል

forehead
ግንባር
eye
አይን
shoulder
ትከሻ
finger
ጣት
face
ፊት
chin
አገጭ
hand
እጅ
breast
ጡት
leg
እግር
arm
ክንድ

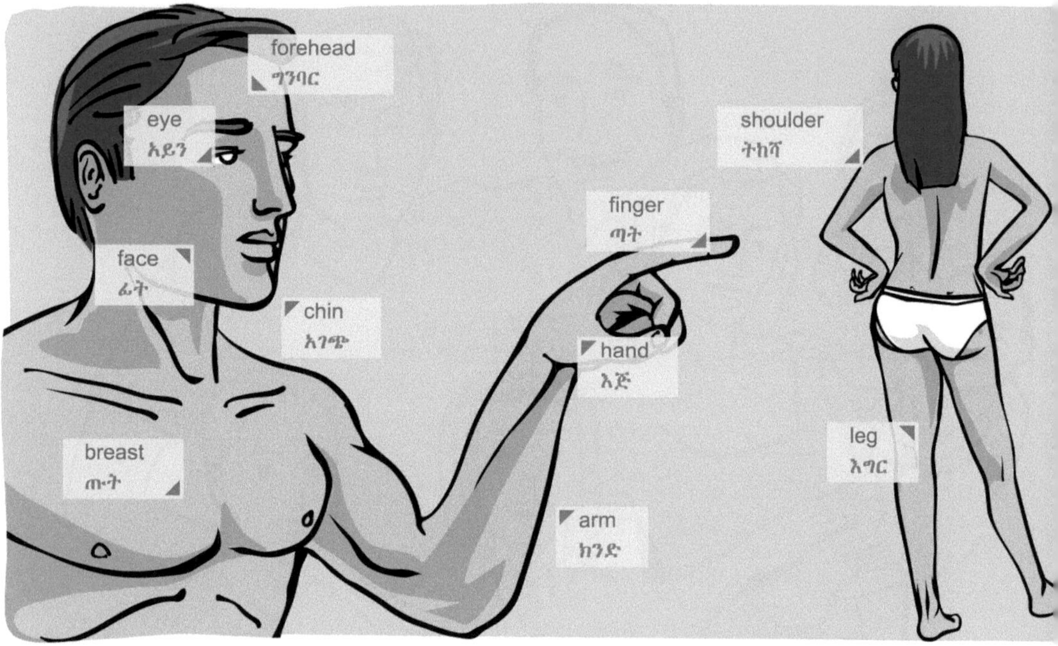

baby

ህፃን

man

ሰዉ

woman

ሴት

girl

ልጃገረድ

boy

ወንድ ልጅ

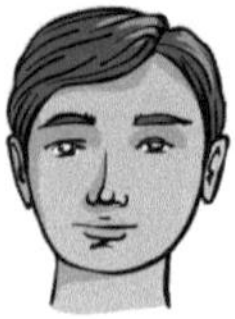

head

ራስ

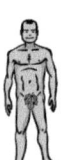

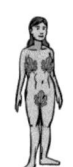

back

ጀርባ

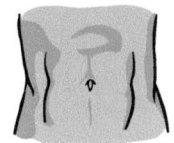

belly

ሆድ

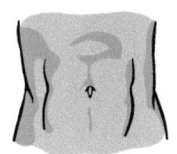

belly button

እምብርት

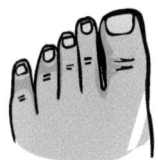

toe

የእግር ጣት

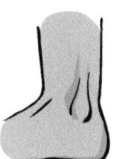

heel

ተረከዝ

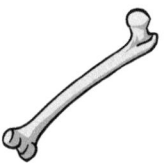

bone

አጥንት

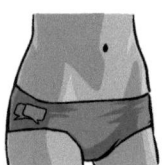

hip

ዳሌ

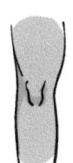

knee

ጉልበት

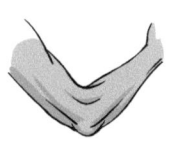

elbow

ክርን

nose

አፍንጫ

bottom

ቂጥ

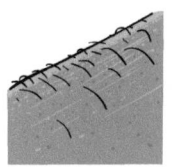

skin

ቆዳ

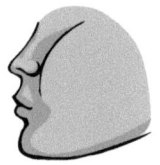

cheek

ጉንጭ

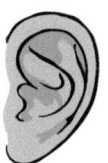

ear

ጆሮ

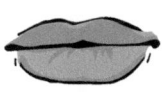

lip

ከንፈር

mouth

አፍ

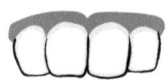

tooth

ጥርስ

tongue

ምላስ

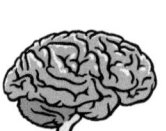

brain

አንጎል

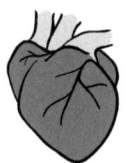

heart

ልብ

muscle

ጡንቻ

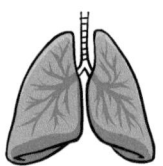

lung

ሳምባ

liver

ጉበት

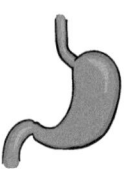

stomach

ሆድ

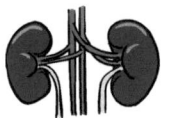

kidneys

ኩላሊቶች

sex

የግብረስጋ ግንኙነት

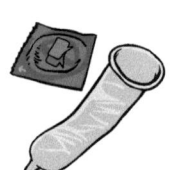

condom

ኮንዶም

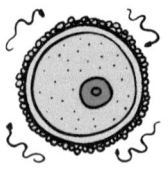

ovum

የሴት እንቁላል

semen

የዘር ፈሳሽ

pregnancy

እርግዝና

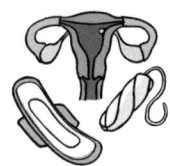

menstruation

የወር አበባ

vagina

እምስ

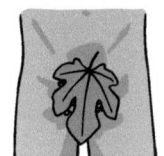

penis

ቁላ

eyebrow

ቅንድብ

hair

ፀጉር

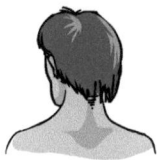

neck

አንገት

hospital

ሆስፒታል

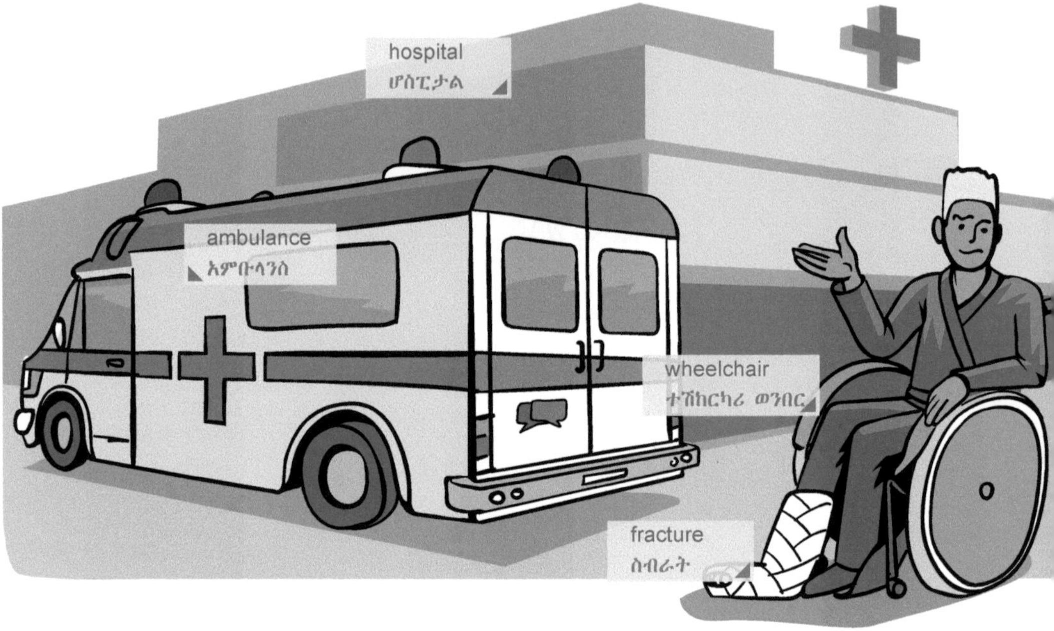

hospital
ሆስፒታል
ambulance
አምቡላንስ
wheelchair
ተሽከርካሪ ወንበር
fracture
ስብራት

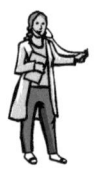

doctor

ዶክተር

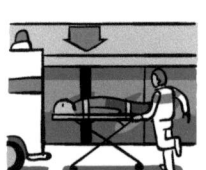

emergency room

ድንገተኛ ክፍል

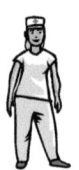

nurse

ነርስ

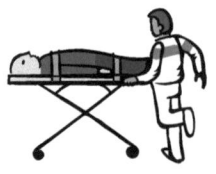

emergency

ድንገተኛ

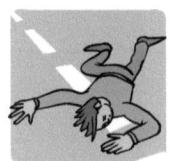

unconscious

ራስን መሳት/ አለማወቅ

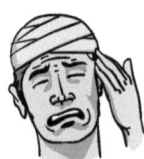

pain

ህመም

injury

ጉዳት

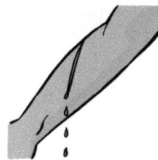

bleeding

መድማት

heart attack

የልብ ድካም

stroke

ስትሮክ

allergy

አለርጂ

cough

ሳል

fever

ትኩሳት

flu

ኢንፍሉዌንዛ

diarrhoea

ተቅማጥ

headache

የራስ ምታት

cancer

ካንሰር

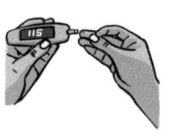

diabetes

የስኳር በሽታ

surgeon

ቀዶ ጠጋኝ ሐኪም

scalpel

የቀዶ ጥገና ስለት

operation

ቀዶ ጥገና

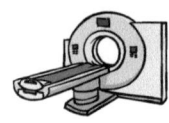

CT

ሲ.ቲ

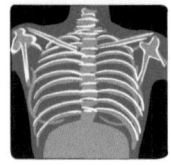

x-ray

ኤክስሬዮ

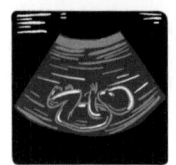

ultrasound

አልትራሳዉንድ

face mask

የፊት ጭምብል

disease

በሽታ

waiting room

መጠበቂያ ክፍል

crutch

ምርኩዝ

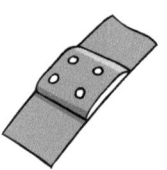

plaster

የቁስል ማሸጊያ

bandage

ፋሻ

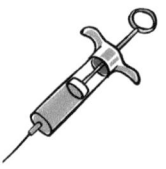

injection

መርፌ

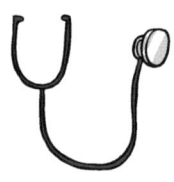

stethoscope

የልብ ምት ማዳመጫ መሳሪያ

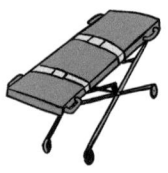

stretcher

የበሽተኛ አልጋ

clinical thermometer

የህክምና ሙቀት መለኪያ መሳሪያ

birth

መውለድ

overweight

ከልክ ያለፈ ክብደት

hearing aid

ለመስማት የሚረዳ መሳሪያ

disinfectant

ፀረ ተባይ መድሀኒት

infection

ማመርቀዝ

virus

ቫይረስ

HIV / AIDS

ኤች አይቪ ኤድስ

medicine

ህክምና

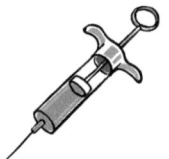

vaccination

ክትባት

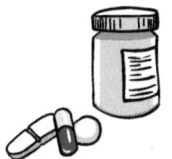

tablets

ኪኒን

pill

ኪኒን

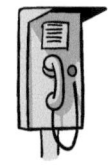

emergency call

አስቸኳይ የስልክ ጥሪ

blood pressure monitor

ደም ግፊት መቆጣጠሪያ

ill / healthy

ህመም/ ጤንነት

emergency

ድንገተኛ

Help!

እርዳታ!

alarm

ማንቂያ ደዉል

assault

ጥቃት

attack

ድብደባ

danger

አደጋ

emergency exit

የድንገተኛ መዉጫ

Fire!

እሳት!

fire extinguisher

እሳት ማጥፊያ

accident

አደጋ

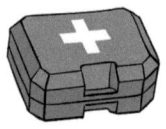

first-aid kit

የመጀመሪያ እርዳታ መድሃኒት መያዣ

SOS

ነፍስ አድን

police

ፖሊስ

Earth
ምድር

Europe

አዉሮፓ

North America

ሰሜን አሜሪካ

South America

ደቡብ አሜሪካ

Africa

አፍሪካ

Asia

እስያ

Australia

አዉስትራሊያ

Atlantic

አትላንቲክ

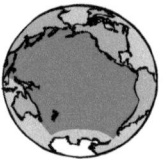

Pacific

ፓስፊክ

Indian Ocean

የህንድ ዉቅያኖስ

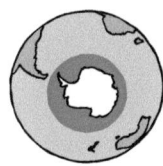

Antarctic Ocean

አንታርክቲክ ዉቅያኖስ

Arctic Ocean

አርክቲክ ዉቅያኖስ

North Pole

ሰሜን ዋልታ

South Pole

ደቡብ ዋልታ

Antarctica

አንታርክቲካ

Earth

ምድር

land

መሬት

sea

ባህር

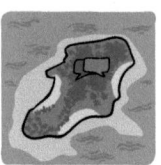

island

ደሴት

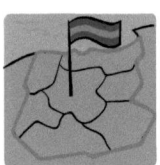

nation

አገርና ህዝብ

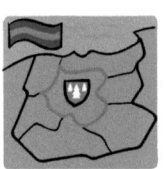

state

መንግስት

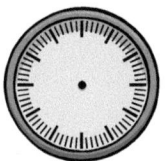

clock
ሰዓት

clock face
የሰዓት ገፅታ

hour hand
ሰዓት

minute hand
ደቂቃ

second hand
ሴኮንድ

What time is it?
ስንት ሰዓት ነው?

day
ቀን

time
ጊዜ

now
አሁን

digital watch
የቁጥር ሰዐት

minute
ደቂቃ

hour
ሰዓታት

week

ሳምንት

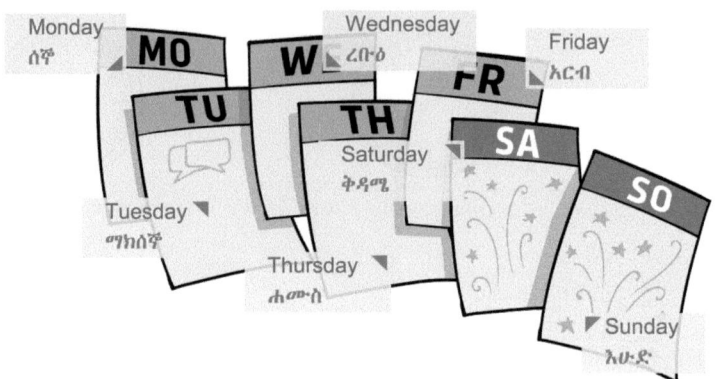

Monday
ሰኞ

Tuesday
ማክሰኞ

Wednesday
ረቡዕ

Thursday
ሐሙስ

Friday
ዓርብ

Saturday
ቅዳሜ

Sunday
እሁድ

yesterday

ትላንት

today

ዛሬ

tomorrow

ነገ

morning

ማለዳ

noon

ቀትር

evening

ምሽት

MO	TU	WE	TH	FR	SA	SU
1	2	3	4	5	6	7
8	9	10	11	12	13	14
15	16	17	18	19	20	21
22	23	24	25	26	27	28
29	30	31	1	2	3	4

business days

የስራ ቀናት

MO	TU	WE	TH	FR	SA	SU
1	2	3	4	5	6	7
8	9	10	11	12	13	14
15	16	17	18	19	20	21
22	23	24	25	26	27	28
29	30	31	1	2	3	4

weekend

የዕረፍት ቀናት

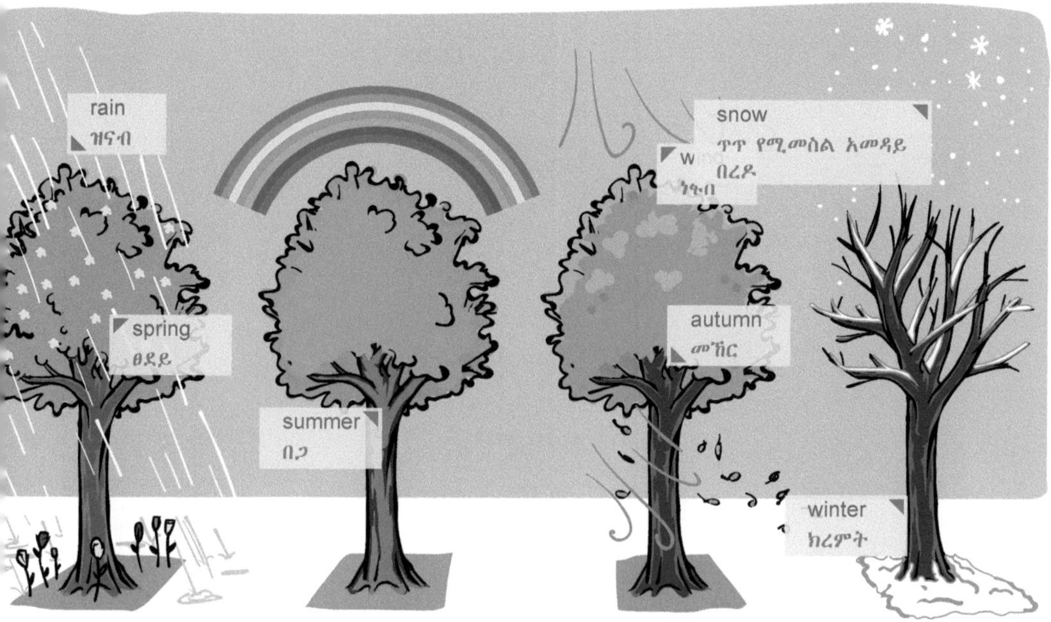

rain
▶ ዝናብ

snow
ጥጥ የሚመስል አመዳይ
በረዶ

spring
ፀደይ

autumn
መኸር

summer
በጋ

winter
ክረምት

4.APRIL	11°	☀
5.APRIL	4°	⛅
6.APRIL	13°	☔
7.APRIL	8°	☀
8.APRIL	10°	☀

weather forecast

የአየር ሁኔታ ትንበያ

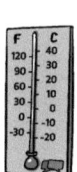

thermometer

የሙቀት መለኪያ

sunshine

የፀሀይ ሙቀት

cloud

ደመና

fog

ጭጋግ

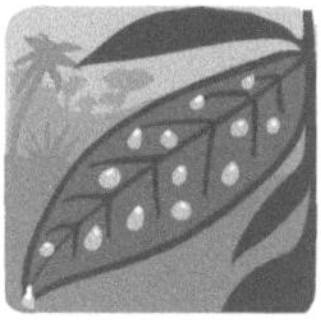

humidity

እርጥበታማነት

lightning

መብረቅ

thunder

ነጎድጓድ

storm

አዉሎ ንፋስ

hail

የበረዶ ዝናብ

monsoon

አዉሎ ንፋስ

flood

ጎርፍ

ice

በረዶ

January

ጥር

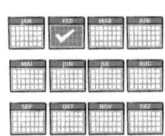

February

የካቲት

March

መጋቢት

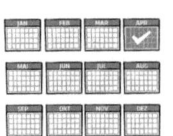

April

ሚያዚያ

May

ግንቦት

June

ሰኔ

July

ሐምሌ

August

ነሀሴ

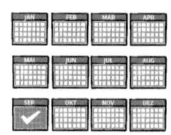

September

መስከረም

October

ጥቅምት

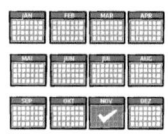

November

ህዳር

December

ታህሳስ

shapes
ቅርፆች

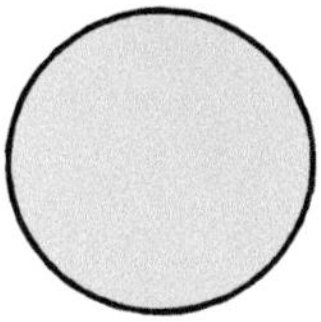

circle

ክብ

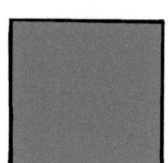

square

አራት ማዕዘን

rectangle

አራት ቀጥተኛ ማዕዘኖች ጎኖች ያሉት ቅርፅ

triangle

ሶስት ማዕዘን

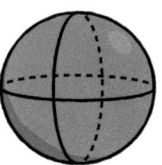

sphere

ሉል

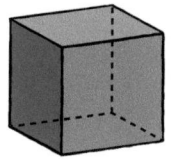

cube

ስድስት ጎን ያለዉ ቅርፅ

colours

ቀለማት

white

ነጭ

yellow

ቢጫ

orange

ብርቱካናማ

pink

ሮዝ

red

ቀይ

purple

ወይን ጠጅ

blue

ሰማያዊ

green

አረንጓዴ

brown

ቡኒ

grey

ግራጫ

black

ጥቁር

opposites

ተቃራኒዎች

a lot / a little

ብዙ/ ጥቂት

angry / calm

ንዴት/ እርጋታ

beautiful / ugly

ቆንጆ/ አስቀያሚ

beginning / end

ጅማሬ/ ፍፃሜ

big / small

ትልቅ/ ትንሽ

bright / dark

ደማቅ/ ደብዛዛ

brother / sister

ወንድም/ እህት

clean / dirty

ንፁህ/ ቆሻሻ

complete / incomplete

የተሟላ/ ያልተሟላ

day / night

ቀን/ ምሽት

dead / alive

የሞተ/ ህያዉ

wide / narrow

ሰፊ/ ጠባብ

edible / inedible

....

የሚበላ/ የማይበላ

evil / kind

....

ክፉ/ ደግ

excited / bored

....

ደስተኛ/ ድብርተኛ

fat / thin

....

ወፍራም/ ቀጭን

first / last

....

መጀመርያ/ መጨረሻ

friend / enemy

....

ጓደኛ/ ጠላት

full / empty

....

ሙሉ/ ጎዶሎ

hard / soft

....

ጠንካራ/ ለስላሳ

heavy / light

....

ከባድ/ ቀላል

hunger / thirst

....

ረሃብ/ ጥማት

ill / healthy

....

ህመም/ ጤንነት

illegal / legal

....

ህገወጥ/ ህጋዊ

intelligent / stupid

....

ጎበዝ/ ደደብ

left / right

....

ግራ/ ቀኝ

near / far

....

ቅርብ/ ሩቅ

new / used

አዲስ/ አሮጌ

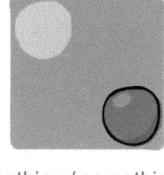

nothing / something

ምንም/ የሆነ ነገር

old / young

ሽማግሌ/ ወጣት

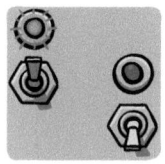

on / off

የበራ/ የጠፋ

open / closed

ክፍት/ ዝግ

quiet / loud

ፀጥታ/ ጫጫታ

rich / poor

ሃብታም/ ደሃ

right / wrong

ትክክለኛ/ የተሳሳተ

rough / smooth

ሻካራ/ ለስላሳ

sad / happy

ሐዘን/ ደስታ

short / long

አጭር/ ረዥም

slow / fast

ዝግተኛ/ ፈጣን

wet / dry

እርጥብ/ ደረቅ

warm / cool

ሞቃት/ ቀዝቃዛ

war / peace

ጦርነት/ ሰላም

opposites - ተቃራኒዎች

numbers

ቁጥሮች

0

zero

ዜሮ

1

one

አንድ

2

two

ሁለት

3

three

ሶስት

4

four

አራት

5

five

አምስት

6

six

ስድስት

7

seven

ሰባት

8

eight

ስምንት

9

nine

ዘጠኝ

10

ten

አስር

11

eleven

አስራ አንድ

12

twelve

አስራ ሁለት

13

thirteen

አስራ ሶስት

14

fourteen

አስራ አራት

15

fifteen

አስራ አምስት

16

sixteen

አስራ ስድስት

17

seventeen

አስራ ሰባት

18

eighteen

አስራ ስስምንት

19

nineteen

አስራ ዘጠኝ

20

twenty

ሃያ

100

hundred

መቶ

1.000

thousand

ሺህ

1.000.000

million

ሚሊዮን

languages
ቋንቋዎች

English
እንግሊዝኛ

American English
የአሜሪካ እንግሊዝኛ

Chinese Mandarin
የቻይና ማንዳሪን

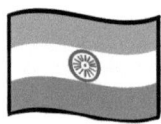

Hindi
ሂንዱ

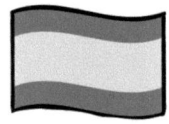

Spanish
ስፓኒሽ

French
ፍሬንች

Arabic
አረብኛ

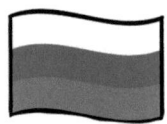

Russian
ራሺያኛ

Portuguese
ፖርቹጊዝ

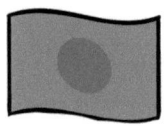

Bengali
ቤንጋሊ

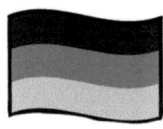

German
ጀርመን

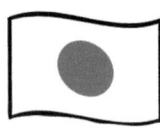

Japanese
ጃፓንኛ

who / what / how

ማን/ ምን/ እንዴት

I

እኔ

you

አንተ

he / she / it

እሱ/ እርሷ/ እቃዉ

we

እኛ

you

አንተ

they

እነርሱ

who?

ማን?

what?

ምን?

how?

እንዴት?

where?

የት?

when?

መቼ?

name

ስም

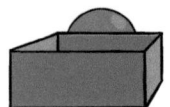

where

የት

behind

በስተጀርባ

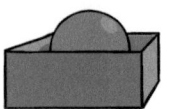

in

ዉስጥ

in front of

ከፊት ለፊት

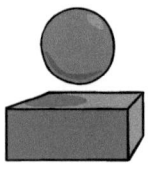

over

ከላይ

on

ላይ

under

ከስር

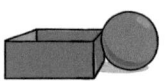

beside

አጠገብ

between

መሃከል

place

ቦታ